സൂര്യനും ചന്ദ്രനും

പ്രശോഭ എ.സി

ചാരത്തായ്

ചന്തം തിരയുന്ന കണ്ണുകൾക്കൊന്നും
ചങ്കിടിപ്പറിയാൻ കഴിയുന്നില്ല.
നിശ്ചലം ഞാൻ
ചന്തമില്ലാ കണ്ണുകളടച്ചു
നിത്യനിദ്ര പുൽകവെ,
കേവലം നാട്യക്കാരായ്
വന്നരികെ നിന്നിടല്ലേ.
അന്നും ചാരത്തായ്
ചേർന്നു നിൽക്കുന്നുണ്ടാവും
ചേലൊത്ത മനസ്സുള്ള -
എനിക്കേറെ പ്രിയപ്പെട്ടവർ.

SOORYANUM CHANDRANUM

Catagory   : Poems

Language   : Malayalam

Author   : Prasobha A.C

Address   Prasobha A.C
                    Appakkudath House
                    Vadacode P.O
                    kangarappady
                    Pin - 682021.

First published in ;   April 2023

Publisher   RP Books Kochi

Address   Vipin 's Arcade
                    Palluruthy P.O
                    Kochi, Eranakulam
                    Pin: 682006
                    Mob: 7907383303

Cover page Design : Robert Antony

Editing   : Robin palluruthy & Prasobha A.C

price & ISBN   : On back cover

ആശംസകളോടെ

പ്രശോഭയുടെ കവിതകൾ ആർദ്രവും, ജീവിത സത്യങ്ങളിലേക്ക് വിരൽ ചൂണ്ടുന്നതുമാണ്. നന്നേ ചെറുപ്പത്തിൽ തന്നെ അറിയപ്പെടുന്ന കവയത്രി ആകുവാൻ കഴിഞ്ഞത് ഈശ്വരാധീനവും, കഠിന പ്രയത്നവും ഒത്തു ചേർന്നപ്പോളാണ്. ഇനിയും ഉയരങ്ങളിലേക്ക് പറക്കുവാൻ സാധിക്കട്ടെ എന്ന് ആശംസിച്ചുകൊണ്ട്,

സ്നേഹപൂർവ്വം,
കെ.സി. എൽദോ.

Senior lawyer at M/s BC 370 Law
associates,
Kerala High Court,
Novelist,
Kangarappady.

ആശംസകളോടെ

പ്രശോഭയുടെ കവിതകൾ ഹൃദയസ്പർശിയാണ്.
പ്രശോഭയുടെ അമ്മയ്ക്ക് എന്റെ കുടുംബമായുള്ള
അടുപ്പത്തിനാൽ കുട്ടിയെ ബാല്യകാലം മുതൽ അടു
ത്തറിയാം. കൂടാതെ G.V.H.S സ്കൂളിൽ വിവിധ ക്ലാ
സ്സുകളിൽ പ്രശോഭയുടെ കണക്ക് അദ്ധ്യാപികയായി
രുന്നു ഞാൻ. പ്രശോഭയ്ക്ക് സാഹിത്യ മേഖലയിലും,
ജീവിതത്തിലും സർവ്വേശ്വരന്റെ അനുഗ്രഹത്താൽ
എല്ലാവിധ നന്മകളും ഉണ്ടാവട്ടെ എന്ന് പ്രാർത്ഥിക്കു
ന്നു. "സൂര്യനും ചന്ദ്രനും" എന്ന ഈ കവിത സമാഹാ
രത്തിന് ആശംസകൾ നേരുന്നു.

ഇന്ദിര .പി.ആർ
റിട്ടയേർഡ് അദ്ധ്യാപിക,
G.V.H.S.S തൃക്കാക്കര,
തേവയ്ക്കൽ.

ആശംസകളോടെ

എഴുത്ത് ഒരു സൗഭാഗ്യം പോലെ വന്നുചേരുന്നതാണ്. കവിതയായാലും കഥയായാലും. എഴുത്തുകാരനാക ണം എന്ന ഉദ്ദേശത്തോടെ ബോധപൂർവ്വം ശ്രമിച്ചാൽ നടക്കണമെന്നില്ല. അയാൾ എഴുതുന്നു. അതുകൊ ണ്ട് ഞാനും എഴുതും എന്നു വാശിയിൽ തീരുമാനിച്ചാ ൽ അത് യഥാർത്ഥ സാഹിത്യ മാവില്ല. കവിതയിൽ നിറയുന്ന മധുരം വായനക്കാരന് രുചിക്കാൻ കഴിയു മ്പോഴെ കവിത ആസ്വാദ്യകരമാവൂ. അത്തരം കുറെ യേറെ കവിതകൾ പ്രശോഭ കൈരളിക്കു സമർപ്പിക്കു കയാണ്. അനുഭവത്തിന്റെ ചൂടും ചൂരുമുള്ള കവിത കൾ. ദുർഗ്രഹമല്ലാത്തവരികൾ. കൊച്ച് കൊച്ച് പൊ ള്ളലുകൾ, വേദനകൾ, യാഥാർത്ഥ്യങ്ങൾ എന്നിവയാ ണ് ഈ കവിതകളിൽ നിറയുന്നത്. ജീവിത സാക്ഷ്യ ത്തിന്റെ സുന്ദര അനുഭവങ്ങൾ. ഇമ്പത്തിൽ താളത്തി ൽ കവിതയുടെ ശാലീനതയിൽ ഹൃദയത്തിൽ തട്ടും വിധം ആവിഷ്ക്കരിക്കാൻ ഈ പുതു കവയിത്രിക്ക് കഴിഞ്ഞിരിക്കുന്നു. വളരെ കുറഞ്ഞ കാലം കൊണ്ട് തന്റെ കവിതയെ അംഗീകരിപ്പിക്കാൻ ഈ കവയിത്രി ക്ക് കഴിഞ്ഞിരിക്കുന്നു. ഏറെ സമ്മാനങ്ങൾ നേടാൻ കഴിഞ്ഞു എന്നത് സന്തോഷത്തോടൊപ്പം അഭിമാനവുമാ

ണ്. സാഹിത്യ സാംസ്ക്കാരിക ജീവിതത്തിന് താങ്ങാ
യി തണലായി കുടുംബം കൂടെയുണ്ട് എന്നത് എഴു
ത്തുകാരിക്ക് ശക്തി തന്നെയാണ്. ഏതു പ്രതിസന്ധി
യിലും എഴുത്തിന്റെ സൗഭാഗ്യം കൂടെയുണ്ടായിരിക്ക
ട്ടെ എന്ന് ആശംസിക്കുന്നു.

അജിത് കുമാർ ഗോതുരുത്ത്,
എഴുത്തുകാരൻ,
നന്മ എറണാകുളം ജില്ലാ പ്രസിഡന്റ്.
സംസ്ഥാന വൈസ് പ്രസിഡന്റ്,
നന്മ സംസ്ഥാന കമ്മറ്റി

ആശംസകളോടെ

ജീവിത ധാരയിലെ മറയുന്ന വഴികളും തെളിയുന്ന വഴികളുമാണ് നമ്മളെ നമ്മളാക്കുന്നത്. നടന്നു തീർ ത്ത വഴികളിലെ അനുഭവത്തിന്റെ മൂർച്ചകൾ മുന്നി ലെ വഴികളിലെ തെളിമയെ കാക്കണം. ഒരു കൂട്ടമാളു കൾ വെളുത്ത കാക്കയെന്ന് ഉറക്കെ പറയുമ്പോഴും ഒറ്റയ്ക്ക് ആർജ്ജവത്തോടെ കാക്ക കറുത്തതെന്നു പറയുമ്പോഴുള്ള ശരിയാണ് സമൂഹത്തിന്റെ ദിശാ ബോധത്തിന് കരുത്താവുന്നത്. പിന്നിലേക്ക് വലിക്കു ന്ന ശക്തികളെ ചെറുത്ത് ചെറു കവിത ശകലങ്ങളു ടെ അമ്പുകൾ കൊണ്ട് എയ്ത് വീഴ്ത്തി മുന്നേറുവാ നും ആ കവിതകളിലെ ലാവണ്യത്തിനും ചിന്താസര ണികളിലും ഊർജ്ജം പകർത്തുവാനും പ്രശോഭക്ക് കഴിയുന്നുവെന്നതാണ് ഈ സമാഹാരത്തിലൂടെ മന സ്സിലാവുന്നത്. കാലചക്രഗമനങ്ങളിൽ ഒരു അടയാള പ്പെടുത്തലാണ് ഈ കവിതകൾ. കവയിത്രിയ്ക്കും കവിതകൾക്കും ആശംസകൾ നേരുന്നു.

ദിനേശ് പുലിമുഖത്ത്,കവി,
നന്മ സംസ്ഥാന കമ്മിറ്റി അംഗം,
നന്മ എറണാകുളം ജില്ലാ ട്രഷറർ,
കളമശ്ശേരി. ഫോൺ : 9995960301.

ആശംസകളോടെ

വരികൾ കൊണ്ട് ലോകത്തെ കീഴടക്കാൻ കഴിയുന്ന
ശ്രദ്ധേയമായ ഒരു കവയത്രി. ലോക ജനതയെ
ബോധവൽക്കരിക്കുന്നതിനായി അഹോരാത്രം
പ്രയത്നിച്ചു കൊണ്ടിരിക്കുന്ന, യുവതലമുറയെ
പ്രോത്സാഹിപ്പിക്കാൻ കഴിയുന്ന കഴിവുറ്റ
കവയത്രിയാണ്. പ്രശോഭിതമായ പ്രശോഭ എന്ന
കലാകാരിയിലൂടെ മാറ്റം ഉൾക്കൊള്ളാൻ ലോക
ജനതയ്ക്ക് കഴിയട്ടെ, അതിനായി സർവ്വേശ്വരൻ
അനുഗ്രഹിക്കട്ടെ എന്ന് ആത്മാർത്ഥമായി
പ്രാർത്ഥിക്കുന്നു.
സ്നേഹാദരങ്ങളോടെ,അഭിവാദ്യങ്ങൾ
അർപ്പിക്കുന്നു.

എൻ.എൻ.ആർ. കുമാർ.
നന്മ എറണാകുളം ജില്ല സെക്രട്ടറി,
നാടക പ്രവർത്തകൻ, കൈതാരം.

ആശംസകളോടെ

കാവ്യമേഖലയിൽ പ്രതീക്ഷയുടെ പുതുതിരിനാളമാ
ണ് പ്രശോഭ. ജീവിതാനുഭവങ്ങളും സ്വപ്നങ്ങളും വർ
ത്തമാനകാലത്തിന്റെ ചുവരെഴുത്തുകളും മനസ്സിന്റെ
വിങ്ങലുകളുമാണ് കവിതകളിൽ നിറഞ്ഞു നിൽക്കു
ന്നത്. കാലത്തിന് നേർക്ക് പിടിച്ച കണ്ണാടിയാണ് പല
കവിതകളിലെയും ഇതിവൃത്തം. കടന്നുവന്ന വഴികളി
ൽ തണലായ കടപ്പാടുകൾ ചേർത്തുനിർത്തുന്ന പ്ര
കൃതം. " സൂര്യനും ചന്ദ്രനും " ഈ എഴുത്തുകാരിയുടെ
കാവ്യജീവിതത്തിൽ എന്നും വെളിച്ചമാകട്ടെ .

പ്രശോഭക്കും കവിതാസമാഹാരത്തിനും
ആശംസകൾ.

ഷാജി ഇടപ്പള്ളി
കവി, കഥാകൃത്ത്,
മാധ്യമ പ്രവർത്തകൻ
ഇടപ്പള്ളി നോർത്ത് , എയിംസ
പോണേക്കര.

ആശംസകളോടെ

സൃഷ്ടി എല്ലാവർക്കും സാധിക്കുന്ന ഒന്നല്ല. ഇവിടെ പ്രശോഭ എന്ന കവയിത്രി ജീവിതാനുഭവങ്ങളിൽ നിന്ന് തന്റെ സാഹിത്യസൃഷ്ടി നടത്തുമ്പോൾ എവിടെയോ ഒരു നൊമ്പരം അവശേഷിക്കുന്നു. നമ്മുടെ മനസിനോടും സമൂഹത്തോടും അവ പരസ്പരം സംവദിക്കുന്നു. ആത്മസംഘർഷത്തിന്റെ വഴിയിലെ മഞ്ഞു കണങ്ങൾ. ജീവിതയാത്രയിൽ കണ്ട നേരറിവുകൾ. ആത്മഹർഷത്തിൽ നിന്ന് ഉയിർത്തെഴുന്നേറ്റ കവിതയുടെ കണ്ണുകൾ ഇതെല്ലാമാണ് പ്രശോഭയുടെ കവിതകൾ..

പ്രിയ സഹോദരിക്ക് ഭാവുകങ്ങൾ നേരുന്നു..

ജയൻ പുക്കാട്ടുപടി
കവി , ഗായകൻ

ഉള്ളടക്കം

ഉള്ളടക്കം

ഉള്ളടക്കം

ആമുഖം

1989 ഫെബ്രുവരി 19 ന് എറ
ണാകുളം ജില്ലയിലെ കങ്ങര
പ്പടിയിൽ ചരുവിള പുത്തൻ
വീട്ടിൽ കുഞ്ഞുപിള്ള ആചാരി
മകൻ സി.കെ. ചന്ദ്രന്റെയും
(രവീന്ദ്രൻ ആചാരി) അപ്പക്കു
ടത്ത് വീട്ടിൽ കുഞ്ഞുപെണ്ണ്
ചന്ദ്രന്റെയും ഇളയ മകളായി
ജനനം.

ജി.എൽ.പി.എസ് തൃക്കാക്കര, ജി.വി.എച്ച്.എസ്.എസ്
തൃക്കാക്കര എന്നിവിടങ്ങളിലായിരുന്നു പ്രാഥമിക വി
ദ്യാഭ്യാസം. മഹാത്മഗാന്ധി യൂണിവേഴ്സിറ്റിയിൽ ബി.
കോം, ആൽബേർട്ട് ഇൻസ്റ്റിറ്റ്യൂഷനിൽ നിന്ന് ഡി.സി.
എ. തുടർന്ന് പി.ജി.ഡി.സി.എ എന്നിവയും,നിലവിൽ
ബി. സ്മാർട്ട് അബാക്കസ് ടീച്ചേഴ്സ് ട്രെയിനിങ് കോ
ഴ്സ് ചെയ്യുന്നു. 2016 മുതൽ 2019 വരെ സ്വകാര്യ സ്ഥാ
പനത്തിൽ അക്കൗണ്ടന്റായി ജോലി ചെയ്തു. മലയാ
ള കലാകാരന്മാരുടെ ദേശീയ സംഘടനയായ "നന്മ"
കളമശ്ശേരി മേഖല എക്സിക്യൂട്ടീവ് കമ്മിറ്റി അംഗവും,
 "നന്മ" സർഗ്ഗ വനിത എറണാകുളം ജില്ലാ എക്സിക്യൂ
ട്ടീവ് കമ്മിറ്റി അംഗമായും, നന്മ സർഗ്ഗ വനിത സംസ്ഥാ
ന കമ്മിറ്റി അംഗമായും പ്രവർത്തിച്ചു വരുന്നു. കൂടാ
തെ കൊച്ചിൻ സാഹിത്യ അക്കാദമിയുടെ എക്സിക്യൂ
ട്ടീവ് കമ്മിറ്റി അംഗവുമാണ്.
ഭർത്താവ് : സിരീഷ് എം.ടി, മകൻ: രാഹുൽ കൃഷ്ണ
എം.എസ്. പ്രശാന്ത് എ.സി, രശ്മി മോൾ എ.സി എന്നി
വരാണ് സഹോദരങ്ങൾ.

അവതാരിക

കാലത്തെ അടയാളപ്പെടുത്തുന്ന ആന്തരിക ചൈത
ന്യവും, ശിൽപ്പ ചാതുരിയും കൊണ്ട് കവിത എന്നും
നവീകരിച്ചുകൊണ്ടേയിരിക്കുകയാണ്. പ്രതികരണ
ശേഷിയുള്ള വാൾത്തലപ്പുകളായി വാക്ക് വരികളിൽ
നിറഞ്ഞു നിൽക്കുന്നു. പ്രതിരോധത്തിന്റെ കവചവു
മായി വ്യാകുലതകളെ നെഞ്ചേറ്റുകയും, സാധാരണ
ക്കാരന്റെ മനോവ്യാപാരങ്ങളെ തുറന്നുകാണിക്കുക
യും, പ്രത്യാശയെ തിരിച്ചു പിടിക്കാൻ ജീവിതത്തെ
സജ്ജമാക്കുകയും ചെയ്തുകൊണ്ട് കവിത എക്കാ
ലത്തും ജാഗ്രതയോടെ ഉണർന്നിരിക്കുകയാണ്. പ്രതി
കരണങ്ങളും, അതിവൈകാരിക മുദ്രാവാക്യങ്ങളും,
പ്രസ്താവനകളും, കവിതയുടെ വ്യാജനിർമ്മിതികളാ
യി വായനക്കാരനു മുമ്പിലെത്തുന്ന സാഹചര്യങ്ങൾ
ഇന്നും നിലനിൽക്കുന്നുണ്ടെങ്കിലും, കവിതയുടെ സ്വര
ഭേദങ്ങൾ സാക്ഷ്യപ്പെടുത്താൻ തങ്ങളുടെ സ്വന്തം ഭാ
ഷയിൽ സംസാരിച്ചുകൊണ്ട് ഒരു കൂട്ടർ മുന്നോട്ടു വ
രുന്നത് പ്രാധാന്യമർഹിക്കുന്ന സംഗതിയാണ്.

അവിടെ സമൂഹത്തിൽ ചിതറിപ്പോയവരും,ചൂഷണ പീഡിതരും, നാടോടികളും, അരികുവൽക്കരിക്കപ്പെ ട്ടവരുമുണ്ട്. വർത്തമാനകാല കവിതയുടെ ബഹുസ്വ രതയുടെ മുഖമായി ഉയർന്നു വരുന്നത് നേരറിവിന്റെ പ്രതികരണങ്ങളായ ഇത്തരം സാക്ഷ്യപ്പെടുത്തലുക ളാണ്.

വ്യക്തിപരമായ വൈകാരികതയെ മാറ്റി നിറുത്തിക്കൊണ്ട്, ജൈവികമായ സാമൂഹിക അന്ത രീക്ഷത്തിൽ കവിത കലഹിക്കുന്നത് വ്യവസ്ഥിതിക ളോടാണ്. കവിതയുടെ ഭാവുകത്വ പരിണാമമെന്ന പ്രക്രിയയിലേക്ക്, യഥാർത്ഥത്തിലുള്ള ഒരു ബദൽ ജീവിത സാധ്യത തന്നെയാണ് ഇത്തരം പ്രതിരോധ ങ്ങൾ തുറന്നു വയ്ക്കുന്നത്. ചുറ്റുപാടുകളുടെ ആകു ലതകൾ പങ്കുവയ്ക്കുന്നതിനൊപ്പം തന്നെ കവയിത്രി താൻ ജീവിച്ചിരുന്ന കാലത്തെ തിരസ്കരണങ്ങളെ ക്കൂടി അടയാളപ്പെടുത്തിക്കൊണ്ടാണ് മുന്നോട്ടു പോ കുന്നത്.

വ്യത്യസ്തമായ വിഷയങ്ങൾ കൈകാര്യം ചെയ്തുകൊണ്ട്, വാക്കിനെ അടയാളപ്പെടുത്തുന്ന കരുത്തുമായി ഒരെഴുത്തുകാരി കൂടി കടന്നുവരുന്നു. പ്രതികരിക്കുകയും, പ്രതിഷേധിക്കുകയും, ആശങ്ക പ്പെടുകയും, ആകുലപ്പെടുകയും ചെയ്തുകൊണ്ട് പ്രശോഭയുടെ കവിതകൾ വായനക്കാരോട് സംവദി ക്കുന്നത് നേരിട്ടാണ്. വെച്ചുകെട്ടലുകളില്ലാത്ത യാഥാ ർത്ഥ്യത്തെ നേരെ പറഞ്ഞു പോകുന്ന കവിതകൾ മാ നവീക ചോദനകൾക്കൊപ്പം തന്നെ നിലനിൽപ്പിന്റെ രാഷ്ട്രീയവും ചർച്ച ചെയ്യുന്നുണ്ട്. ജീവിതത്തിന്റെ നേർസാക്ഷ്യങ്ങൾക്കൊപ്പം തന്നെ മാനവികതയുടെ പരിസ്ഥിതി അവബോധം പകരുന്ന വരികളുമെല്ലാം

ഈ കവിതകളെ വേറിട്ടതാക്കുന്നു.

"എന്റെ മകനോട് " എന്ന കവിതയിൽ ചങ്കൂറ്റത്തോടെ സത്യം ഉറക്കെ വിളിച്ചു പറയാൻ മക നെ പ്രാപ്തയാക്കുന്ന അമ്മ മനസ്സ് നമുക്ക് കാണാനാ കും."പറന്നുയരട്ടെ " എന്ന കവിത കൂട്ടിലടയ്ക്കപ്പെട്ട കുഞ്ഞിക്കിളിയുടെ ദൈന്യതയുടെ നേർചിത്രമാണ്. ചിലപ്പോഴെങ്കിലും തടവിലാക്കപ്പെട്ട ഒരു പെൺ മന സ്സിന്റെ ആർത്ത നാദവും തിരിച്ചറിയാനാകുന്നുണ്ട്. ശുഭാപ്തി വിശ്വാസത്തോടെ, പ്രതീക്ഷയുടെ പുതിയ വിഹായസ്സിലേക്ക് ചിറകടിച്ചു പറക്കാൻ കൊതിക്കു ന്ന കവയിത്രിയുടെ മനസ്സിവിടെ ജ്വലിച്ചുനിൽക്കുന്നു.

"എന്നെ തൊടുമ്പോൾ
പരിഭവത്താൽ വാടുന്നതല്ല,
ആ സ്നേഹസ്പർശം
കൂപ്പുകൈകളാൽ
ശിരസ്സാവഹിക്കുന്നതാണെന്ന് "

"തൊട്ടാവാടി " എന്ന കവിതയിലൂടെ കവയിത്രി പറ യുമ്പോൾ പ്രകൃതിയുടെ നൈർമ്മല്യത്തെ നമുക്കും കാണാനാകും. അകാലത്തിൽ വേർപിരിഞ്ഞ അച്ഛ നെയും, അമ്മയെയും സദാ ഓർക്കുകയും അവർ ക്കായി തന്റെ ആദ്യ കൃതി സമർപ്പിക്കുകയും ചെയ് തിട്ടുണ്ട് എഴുത്തുകാരി. അനാഥത്വമെന്ന വലിയ ദുഃ ഖം പേറുമ്പോഴും കടന്നുവന്ന വഴികളിൽ നേരിടേണ്ടി വന്നതിനെയൊക്കെ വാശിയോടെ കടന്ന് ധൈര്യപൂ ർവ്വം ജീവിതത്തെ നോക്കി പുഞ്ചിരിക്കുന്ന ഒരുവളെ ഈ പുസ്തകത്തിൽ വായനക്കാരനു കാണാനാകും.

"നമുക്കായ് കാത്തിരിക്കുന്നവരുടെ
കണ്ണിലെ കൃഷ്ണമണിയിലെ
പ്രതിബിംബങ്ങളാണു നമ്മളെല്ലാവരും"

എന്ന് "ഈ നിമിഷം "എന്ന കവിതയിൽ കവയിത്രി ഓ
ർമ്മിപ്പിക്കുന്നുമുണ്ട്. ജീവിത വഴികളിലെ അനിവാര്യ
തകളിൽ അകന്നുപോയ ഉറ്റവർക്കൊപ്പം ഇല്ലാതായ
മറ്റു ബന്ധങ്ങളെ നൊമ്പരത്തോടെ ഓർക്കുമ്പോഴും
തിരിച്ചറിവിന്റെ പുതുവെളിച്ചം കൂടി കവയിത്രി സ്വപ്
നം കാണുന്നുണ്ട്.

അമ്പത് കവിതകൾ ഉൾപ്പെടുന്ന ഈ കവിതാ
സമാഹാരം ജീവിതത്തിന്റെ നിസ്സാരതയും, സ്വാർത്ഥ
യും, അവഗണനയും, തോൽവികളുമൊക്കെ തുറന്നു
കാട്ടുന്നുണ്ട്. ആദർശങ്ങളുടെയോ, നിലപാടുകളുടെ
യോ കെട്ടുപാടുകളില്ലാതെ പച്ചയായ ജീവിത യാഥാ
ർത്ഥ്യങ്ങളെ കവിതയിലൂടെ ആവിഷ്ക്കരിക്കുന്നതി
നുള്ള ആർജ്ജവം ഇന്ന് എഴുത്തുകാർ പ്രകടിപ്പിക്കു
ന്നുണ്ട്.

"എന്നിലൂറും ആത്മവിശ്വാസത്തിൻ
പ്രതീകമാണീ നുറുങ്ങുവെട്ടമെന്ന്
എന്നരികിലെത്തുന്ന മിന്നാമിനുങ്ങ്
പറയാതെ പറഞ്ഞീടുന്നു ".

എന്ന് നുറുങ്ങുവെട്ടമെന്ന കവിതയിൽ കവയിത്രി പറ
ഞ്ഞു വയ്ക്കുന്നത് ആത്മവിശ്വാസത്തോടെയുള്ള
ജീവിതയാത്രയ്ക്കു മുതൽക്കൂട്ടാകുന്നു. വ്യത്യസ്തമാ
യ വായനാനുഭവം സമ്മാനിക്കുന്ന നിരവധി കവിതക
ൾ ഈ പുസ്തകത്തിലുണ്ട്.

ഈ പുസ്തകത്തിലെ ചില കവിതകളെക്കുറിച്ചു മാ
ത്രമേ ഇവിടെ പരാമർശിച്ചിട്ടുള്ളൂ. ആശയാനുഭൂതിക
ളുടെ ബഹിർസ്ഫുരണമായി കവിത പ്രകാശം ചൊരി
യുമ്പോൾ എഴുത്തുകാരിയും, വായനക്കാരനും രസാ
നുഭൂതിയുടെ പുതിയ അർത്ഥ തലങ്ങളിലേക്ക് യാത്ര
തുടരുകയാണ്.

പ്രശോഭയുടെ കാവ്യവഴികളിൽ എല്ലാവിധ
ആശംസകളും നേരുന്നു.

രവിത ഹരിദാസ്,
എഴുത്തുകാരി.

1. ചാരത്തായ്

ചന്തം തിരയുന്ന കണ്ണുകൾക്കൊന്നും
ചങ്കിടിപ്പറിയാൻ കഴിയുന്നില്ല.
നിശ്ചലം ഞാൻ
ചന്തമില്ലാ കണ്ണുകളടച്ചു
നിത്യനിദ്ര പുൽകവെ,
കേവലം നാട്യക്കാരായ്
വന്നരികെ നിന്നിടല്ലേ.
അന്നും ചാരത്തായ്
ചേർന്നു നിൽക്കുന്നുണ്ടാവും
ചേലൊത്ത മനസ്സുള്ള -
എനിക്കേറെ പ്രിയപ്പെട്ടവർ.

2. നിന്നിലേക്ക്

നാലഞ്ചു നാളുകൾക്കുള്ളിൽ
നാലാളു കാൺകെ
നല്ലൊരു നോട്ടമെറിഞ്ഞും
നടവഴിയിലൊറ്റക്ക് കണ്ടപ്പോൾ
നിമിഷനേരം കൊണ്ടരികിലെത്തി
നേർത്തൊരു പുഞ്ചിരിയാലെ
നന്നേയിഷ്ടമാണെന്നും
നല്ലപാതിയായി ചേർന്നു
നിൽക്കുമോയെന്നും
നേർക്കുനേർ ആരാഞ്ഞപ്പോൾ
നേർത്തൊരാശങ്കയിലും
നന്നേതുടിക്കുന്ന ഹൃദയമിടിപ്പിൽ
നീ കൊതിക്കുന്നൊരുത്തരം
നിന്നിലേക്കെത്തിടാനാവാതെ
നേരത്തിനും കാലത്തിനുമായ്
നിലകൊള്ളുന്നുണ്ടായിരുന്നു.

3. മന്നിടം

കല്ലും മുള്ളും ചവിട്ടി
നിണമൊലിക്കുന്ന
പാദങ്ങൾ ചെന്നെത്തിയത്
നന്നേ തിരക്കൊഴിഞ്ഞ
പാരിലൊരറ്റത്ത്.
യാത്രയിലുടനീളം തോളിലേറ്റിയ
സഞ്ചി തുറന്നപ്പോൾ
കൈവശമുണ്ടായിരുന്ന
സത്യസന്ധത ഭദ്രം.
തിക്കും തിരക്കുമായി
ഓടി തിമിർത്ത്
ഒരറ്റത്ത് കൂട്ടം-
കൂടുന്നവരുടെ ശിരസ്സിലൊ
കനത്തിലൊരു പണപ്പെട്ടി.

4. തണുത്ത് മരവിച്ച

പൂക്കളേയും, ഇലകളേയും
ചേർത്ത് പുൽകി പ്രണയിക്കാൻ
ഒരു മഞ്ഞുകാലം കൂടി
വന്നണഞ്ഞപ്പോൾ അതിലേറെ
മുൻപേ തണുത്ത് മരവിച്ച
മനസ്സിനോട് കലഹിച്ച്
അച്ചടക്കമില്ലാതെ കുതറിയോടിയ
നേത്രങ്ങൾ പാഞ്ഞടുത്ത് ചെന്ന്
മഞ്ഞിനോടുള്ള പരിഭവത്താൽ
പിറുപിറുക്കുന്ന വിരലുകളെ
നോക്കി കളിയായി ചിരിച്ചും,
ഇറ്റിറ്റു വീഴാൻ വെമ്പുന്ന
ഹിമകണങ്ങളെ തൊട്ടു-
തലോടിയും മുന്നോട്ട് നീങ്ങി.

5. വേനൽ

എരിയുന്ന വെയിലിൽ
നട്ടം തിരിഞ്ഞ് തളർന്നെങ്കിലും,
ഒരു തുള്ളി ദാഹജലത്തിനായി
ഓട്ടപ്പന്തയത്തിലേർപ്പെട്ട
പക്ഷിമൃഗാതികൾ.
അതിനിടയിലെപ്പോഴുമവ-
നമ്മെ ദയനീയമായ്
നോക്കുന്ന കാഴ്ച
ഹൃദയം പിളർക്കുന്നു.
വേനൽ ചൂടിനോട് കലഹിച്ചതിനാലാവാം,
വൃക്ഷലതാതികളിൽ മിച്ചമുണ്ടായിരുന്ന
വാടിയ ഇലകളും,പൂക്കളും
ഒറ്റയടിക്കവൻ നിലംപരിശാക്കി.
പാതിജീവനാലുള്ളം പിടഞ്ഞുകൊണ്ടവ-
വേനൽ മഴക്കായി കേഴുന്നു.

6. ചിത

ഉറ്റവരുടെ പ്രതിബിംബങ്ങളാൽ
ജ്വലിച്ചിരുന്ന ഇരുകണ്ണുകളേയും,
ചുമലിലേറ്റിയ കടമകളാം-
മാറാപ്പു ഭാണ്ഡങ്ങളേയും,
നെഞ്ചിലുള്ള ഒരായിരം
സന്തോഷങ്ങളേയും അതിലേറെ
പെയ്തൊഴിഞ്ഞ സങ്കടങ്ങളേയും,
സ്വപ്നച്ചിറകിൽ പാറിപ്പറന്ന മനസ്സിനേയും.
മാവിൻതടികൾ കൊണ്ടലങ്കരിച്ച
മെത്തയിൽക്കിടത്തി തീക്കൊള്ളി
കൊണ്ട് മെല്ലെ തലോടി.

7. നുറുങ്ങ് വെട്ടം

"എന്നിലൂറും ആത്മവിശ്വാസത്തിൻ
പ്രതീകമാണീ നുറുങ്ങുവെട്ടമെന്ന്"
പറയാതെ പറഞ്ഞിടുന്നു
പലപ്പോഴായ് എന്നരികിലെത്തുന്ന
കുഞ്ഞു മിന്നാമിനുങ്ങ്.

8. പൊട്ടിക്കരയുന്നു

പതിവ് തെറ്റാതെയെന്നും
കൂട്ടരോടൊത്ത് കുശലം
പറഞ്ഞിരിക്കവേ....
ക്ഷണനേരത്തിലായ്
വീശിയടിച്ച കാറ്റിനാൽ
നിലംപരിശായ പഴുത്തിലകൾ,
ഒപ്പമുണ്ടായിരുന്നവരോടും
പിൻഗാമിയാം പച്ചിലകളോടും
യാത്ര പറയാനാകാതെപോയ
ദുഃഖം സഹിക്കവയ്യാതെ
മണ്ണിൽ മുഖംപൊത്തി
പൊട്ടിക്കരയുന്നു.

9. മൂകമായ്

മുഖം കനക്കെ മന്ദഹാസം
ഒട്ടിച്ചങ്ങനെ "ചങ്ങാത്തം"
എന്ന വാക്കിന്നപമാനമെന്നോണം
തഞ്ചത്തിൽ അടുത്തെത്തിയവർ
നിനക്കൊപ്പം താങ്ങായ്,തണലായ്
നിലയുറപ്പിച്ച പ്രിയമേറിയ
ഉറ്റവരെ നിന്നിൽ നിന്നടർത്തിയ
നേരം ഉച്ചത്തിൽ കരയാൻ
തുടങ്ങവേ,ഒരിറ്റ് കണ്ണീര്
പൊഴിക്കാനാവാതെ
വറ്റി വരണ്ട നിന്റെ മിഴികളും,
ഇടറിയ തൊണ്ടയും,
മൂകമായ് നിന്നെ തലോടിയ
ഏകാന്തമാം ദിനരാത്രങ്ങളും,
മുന്നിൽ നിന്ന് തൊടുക്കാൻ
ചങ്കൂറ്റമില്ലാതെ പിന്നെയും
പിന്നിൽ നിന്നൊളിയമ്പെയ്ത്
ആർത്തട്ടഹസിച്ചതും,
നിഴലുപോലും ഓടിയൊളിച്ചതും
നീ മറന്നുവോ?

10. പെയ്തൊഴിഞ്ഞ

മുഖംപൊത്തി വിതുമ്പിക്കരയുന്ന
മാനത്തെ തൊട്ട് തലോടിയെത്തിയ
ഈറൻ കാറ്റിനും പറയാനുണ്ടേറെ..
അലമുറയിട്ട് കരഞ്ഞുതളർന്ന
പെരുമഴയാം കുഞ്ഞിപ്പെങ്ങൾ,
വിറയ്ക്കുന്ന ചുണ്ടാലെ
മൊഴിഞ്ഞതെന്തെന്നും,
കറുത്തിരുണ്ട കാർമേഘ
കൂട്ടുകാരികളോട് അവൾ
പിണങ്ങിയതെന്തിനെന്നും.

11. ആ കണ്ണുകൾ

നീയെറിഞ്ഞ ചൂണ്ടനൂൽ
കൊളുത്തെന്റെ അമ്മയുടെ
ഹൃദയം പിളർക്കേ തറച്ച്
കയറുമ്പോഴുമാ-
കണ്ണുകൾ ഞങ്ങളെ
വാരിപ്പുണർന്നിരുന്നെന്ന്
പൈതലാം മീനുകൾ
കണ്ണീരോടെ ചൊല്ലിടുന്നു.

12. കോലങ്ങൾ

ഒരു പാതിമനം പുകഞ്ഞു
നീറുമ്പോഴുമൊരു കനൽതരി
വെളിച്ചത്തിൽ പിന്നെയും
ഒറ്റയ്ക്ക് നടന്നു നീങ്ങിയ
വിജനമാം വീഥികൾക്കപ്പുറം
കണ്ട കൈകാലുകളുള്ള
കോലങ്ങളുടെ നാമം
"മനുഷ്യർ " എന്നാണത്രേ.
എരിഞ്ഞുനീറുന്ന പുകമറയ്ക്കു-
മുൻപുള്ള നറുവസന്തം
വിടർന്നാ വീഥിയിൽ കണ്ട
പുഞ്ചിരിവെട്ടത്തിൽ
കരുണയോടെ ചേർത്തുപിടിച്ച
കൈകാലുകളുള്ള
കോലങ്ങൾക്കും ഒരേ-
നാമം " മനുഷ്യർ ".

13. കരുത്തുറ്റവൾ

അക്കമിട്ടെണ്ണി തിട്ടപ്പെടുത്തിയ,
ഒരുപിടി നിബന്ധനകളൊക്കെയും
ഊന്നുവടിയായി പെണ്ണിന്-
നേരെ നീട്ടുന്നതെന്തിന് ?.
"പെണ്ണ് " ഒന്ന് ഉറക്കെ ചിരിച്ചാൽ,
മിണ്ടിയാൽ, ഭൂമി പിളർന്നു-
പോകുമെന്നോർത്താകാം
അവൾക്ക് നേരെ തൊടുക്കുന്ന
"അടങ്ങെടി" യെന്ന കൂർത്ത
കണമുനകളുടെ ആക്രോശമാം
അസ്ത്രങ്ങൾ തന്റെ
കണ്ണിൽ തറയ്ക്കാതെ
കാറ്റിൽ പറത്താൻ കഴിയുന്ന
കരുത്തുറ്റവൾ "പെണ്ണ് ".

14. പോയ്മറഞ്ഞ

ചിത്തത്തിൽ ഒരായിരം
മേളപ്പെരുമയോടെ
ബാല്യത്തിന്റെ മിഴിവാർന്ന
വിവിധ വർണ്ണങ്ങളിൽ
ഉള്ള കുപ്പിവളകളുടെ
കിലുകിലുങ്ങുന്ന
ചേലൊത്ത കഥ പറയൽ.
ഒരിക്കലും തിരിച്ചുകിട്ടാത്ത,
പോയ്മറഞ്ഞ സുന്ദര
നിമിഷങ്ങളിൽ
ചേക്കേറാൻ ഒരുമാത്ര
കൊതിച്ചീടുന്നു ഞാൻ.

15. മഴ

തൊടിയിൽ കിന്നാരം ചൊല്ലി
തുടിതാളത്തിൽ
തുള്ളിക്കളിക്കുന്ന,
ഇടവമാസ പെണ്ണേ
നിന്നെ നിറവാർന്ന
മിഴിയോടെ, പുഞ്ചിരി തൂകി
വരവേൽക്കുന്നു ഞങ്ങൾ.
കാർമേഘ കൂട്ടുകാരികളുടെ
കളിചിരിയിൽ മുഴുകി
ചേലൊത്ത നൃത്തം വയ്ക്കുന്ന
നിന്നെ ചേർത്തണച്ചു
പുൽകിടുന്നു ഞങ്ങൾ.

16. ഭൂമി ദേവി

കൈത്താല തളികയിൽ
വാൽക്കണ്ണാടി അഴകൊളി
അകമ്പടിയില്ലാതെ,
കൂടെ കളിച്ചുല്ലസിച്ച
തോഴിമാരില്ലാതെ,
അലങ്കാരഘോഷങ്ങളേ-
തുമില്ലാതെ,നാദസ്വരത്തിൻ
ധ്വനികൾ കാറ്റിൽ
ലയിക്കാതെ,ലോകമാം-
മണിമുറ്റം പന്തെലെന്നു
നിനച്ചു തെല്ലൊരാശങ്കയിൽ
ഏകയായി നിൽക്കുന്ന
ദേവി.........നിന്റെ
കണ്ണുകൾ തേടുന്നതാരെ?

17. എന്റെ മകനോട്

നന്മകളേക്കാൾ തിന്മകളരങ്ങ്
വാഴുന്ന പാരിൽ
നന്മയോടൊപ്പം എന്നെന്നും
നിലകൊള്ളുക കുഞ്ഞേ.
നൂറാളുകൾ ചേർന്ന്
കാക്ക വെളുത്തതാണെന്ന്
സമർത്ഥിക്കാൻ ശ്രമിക്കുമ്പോൾ,
ഒരിക്കലെങ്കിലും നീ
കാക്കയെ കണ്ടിട്ടുണ്ടെങ്കിൽ
ഒറ്റയ്ക്കാണെങ്കിലും
ഉറക്കെ വിളിച്ചുപറയുക
കാക്ക കറുത്തതാണെന്ന്.

18. അകലേക്ക്

"വിടവാങ്ങുക" എന്ന വാക്കി-
ന്നർത്ഥങ്ങൾ തിരയുമ്പോൾ
ആ വാക്കിനുത്തമമായ
ഒരായിരം അർത്ഥങ്ങളാലൊരു
നിഘണ്ടു രചിക്കാൻ
കാലമെന്നെ പഠിപ്പിച്ചു.
ചേലൊത്ത ചുമന്ന പട്ടിൽ
പൊതിഞ്ഞ ചേതനയറ്റ
ദേഹം അങ്ങകലേക്കായ്
യാത്രയ്ക്കൊരുങ്ങുബോൾ
വിതുമ്പുന്ന ചുണ്ടുകളാലെ,
വിറക്കുന്ന കൈകളാലെ,
അതിലേറെ ഈറനാൽ
കാഴ്ച മങ്ങിയ കണ്ണുകളാലെ,
വിങ്ങുന്ന ഹൃദയത്തിനാലുള്ളം
പിടയുമ്പോഴും ഇടറിയ-
ശബ്ദത്തിനാലെ യാത്രാമൊഴി-
യേകാനുമേറെ ശീലിച്ചു ഞാൻ.

19. കിനാവ്

പറയുവാനാശിച്ച കാര്യങ്ങളൾ
ഏറെയായ്.... പറയാൻ
കഴിഞ്ഞില്ല എന്നുമാത്രം.
പാടുവാനാശിച്ച രാഗങ്ങൾ
ഏറെയായ്.... പാടാൻ
കഴിഞ്ഞില്ല എന്നുമാത്രം.
കണ്ണുകൾ ചിമ്മിത്തുറന്നു
ഞാൻ നോക്കവെ കണ്ടതോ,
നിത്യമാം നാലുചുവരുകൾ.
ഒരു തുള്ളി കണ്ണുനീർ
കൊണ്ടെന്റെ കാഴ്ച്ചകൾ
മങ്ങുന്നുവല്ലോ എൻ കിനാവെ...

20. കുയിലമ്മ

പലവട്ടം ഈണത്തിൽ
പാടിയിട്ടും, തന്റെ
പ്രിയതമൻ മാത്രം
അതേറ്റു പാടിയില്ലെന്ന
പരിഭവത്തിൽ ചിണുങ്ങുന്ന
കുയിലമ്മയെ ചേർത്തണച്ച്
ഒരു സുന്ദര രാഗം മീട്ടുന്നു
അവളുടെ പ്രിയതമൻ.

21. വഴികാട്ടി

ലക്ഷ്യത്തിലേക്കെത്താൻ
ഉറച്ചമനവും അതിലുപരി
കണ്ടു കാഴ്ച്ചകൾക്കു മുന്നിൽ
കുനിയാത്ത ശിരസ്സുമായ്
സത്യത്തിന്റെ പാതയിൽ
ഇടറാത്ത പാദങ്ങളാലെ
മുന്നിൽ നടക്കുന്നവനെ..
നിനക്കൊരിക്കലും ദിശതെറ്റില്ല.
പ്രകൃതി തന്നെ നിനക്കായ്
അണിഞ്ഞൊരുങ്ങും.
വീഥികളിലിരുവശവും
ആരവങ്ങളും കരഘോഷങ്ങളും
ആവേശത്തിമിർപ്പോടെ
ആർപ്പുവിളികളുമുണ്ടാവും.
പിന്നിൽ ഗമിക്കുന്നവരുടെ
ചുടുശ്വാസം പോലും കാലം
നിനക്കായ് കാത്തുവയ്ക്കുന്ന
ഗുരുദക്ഷിണയാനെന്നറിയുക.

22. പറന്നുയരട്ടെ

കൂട്ടിലാക്കപ്പെട്ട കുഞ്ഞിക്കിളിയുടെ
ഇടനെഞ്ച് പിടയുന്ന-
തറിയാതെ നീ പിന്നെയും
അലങ്കരിച്ചങ്ങനെ
ഭംഗിയിൽ തൂക്കിയിട്ടു,
ഉമ്മറത്തൊരു കോണിലായി.
നേരം തെറ്റാതെയുള്ളാ-
പരിപാലനത്തിലൂടെ നേർത്തൊാ-
രാനന്ദം കൊണ്ടതും നീ മാത്രമല്ലോ.
അതിലൊരു നീതിയുണ്ടോ ?
ഉറ്റവരോടൊത്ത് പറന്നുയരാ-
നായേറെ കൊതിക്കുന്നൊരാമനം
തേങ്ങലോടെന്നും അക-
ക്കണ്ണിനാൽ നീലാകാശത്തെ
തൊട്ട് ഓരോ നിമിഷവും
ഓരോയുഗങ്ങളെന്നോണം
ഒരാവർത്തി തെറ്റാതെ-
യെണ്ണിയങ്ങനെ കാലം
നടപ്പിലാക്കുന്ന നീതിയിൽ
എരിഞ്ഞടങ്ങും മുൻപ് കൊട്ടിയടച്ച
കൂടുകൾ തുറക്കപ്പെടട്ടെ...
തെളിഞ്ഞവാനിൽ പറന്നുയരട്ടെ.

23. പാവക്കൂത്ത്

തെരുവോരത്തായി ഒരു
വിരുതൻ നൂലുകൾ കൊണ്ട്
പരസ്പരം ബന്ധിപ്പിച്ച
രണ്ടു പാവകളെ നൃത്തം
കളിപ്പിക്കുന്നു, കുതിരപ്പുറത്തു
കയറ്റുന്നു, വീണ മീട്ടുന്നു...
ആ കാഴ്ച കണ്ണുകളിലൂടെ
മിന്നിത്തെറിച്ച് ഹൃദയത്തി-
ലെത്തി സമാനമായ എന്തോ
ഓർമ്മപ്പെടുത്തുന്നു.

24. തൊട്ടാവാടി

• 24 •

എന്നെ തൊടുമ്പോൾ
പരിഭവത്താൽ വടുന്നതല്ല,
ആ സ്നേഹ സ്പർശം
കൂപ്പു കൈകെളാൽ
ഞാൻ ശിരസ്സാ വഹിക്കു-
ന്നതാണെന്ന് കുഞ്ഞു
തൊട്ടാവാടി പുഞ്ചിരിയോടെ
മൊഴിഞ്ഞീടുന്നു.

25. തോൽവികൾ

കാലത്തിന്റെ കുത്തൊഴുക്കിൽ
നേടിയെടുത്ത വിജയങ്ങളെന്നെ
നോക്കി പുഞ്ചിരിക്കുന്നതോടൊപ്പം
എനിക്കായ് നന്മകൾ നേരുന്നു.
തൊട്ടരികിലായ് വെള്ളി
വെളിച്ചത്തിൽ തെളിഞ്ഞുകാണുന്നു
അന്നെനിക്കുണ്ടായ തോൽവികൾ.......
അതികഠിന ദുഃഖത്താലെന്റെ
നേരെ ഒരു വേളപോലും
നോക്കാതെയവ ഒറ്റകെട്ടായി
തല താഴ്ത്തി നിൽക്കുന്നു.
എന്നെ തേടിയിനി വരില്ലയെന്നു-
പറയാതെ പറയുന്നോ ?
തല താഴ്ത്തി നിൽക്കുന്നതെന്തിന് ?
ഓരോ ചുവടിലും നിങ്ങളിൽ
നിന്നൂറ്റിയ ഊർജ്ജവുമതി-
ലേറെ വാശിയുമുണ്ടായിരുന്നു.
അതെ, എന്നെ ഞാനാക്കിയത്
നിങ്ങളാം പ്രിയ തോൽവികളാണ്.

26. കുഞ്ഞുതേങ്ങൽ

ഒരു പുതുവർഷപ്പുലരിയിൽ
ഒരു കുഞ്ഞുതേങ്ങലോ-
ടെയെന്നിൽ മാതൃത്വം ചൊരിഞ്ഞ-
പ്പോഴെന്റെ കണ്ണുകളിൽ,
അതിരറ്റ സന്തോഷത്തിൻ
നനവുണ്ടായിരുന്നു....

27. പുലരി

അലകടലിലേക്ക് തെന്നിവീണ
സൂര്യനറിയുന്നുണ്ടാകുമോ ?
പിന്നീടനുഗമിക്കുന്ന
അന്ധകാരവുമതിലെ
കൂരിരുൾ ചിത്രങ്ങളും.
വിശ്വകവി വാക്യങ്ങളിലെപ്പോൽ
നക്ഷത്രങ്ങളാം കുഞ്ഞുങ്ങൾ
കളിചിരിയിൽ മുഴുകുന്ന
ശാന്തസുന്ദരമായ രാത്രിയെ
തലോടാൻ കഴിയുന്നില്ലവൾക്ക്,
ഭയമാണവൾക്ക്.....
കൈകോർത്ത് നിന്ന് തീ
തുപ്പുന്ന അനേകമായിരം
ഉടലുകളില്ലാ ശിരസ്സുകളെ.
തീക്കനൽ കണ്ണാൽ
തുറിച്ചു നോക്കുന്നവ..
തൂവെള്ളി കിരണങ്ങളാലെ
പുലരിയെ വിളിച്ചോതി
മെല്ലെയവളെ ചേർത്തു
പുൽകാനെത്തിടില്ലേ ?.

28. ഞെട്ടറ്റുവീഴുന്ന

ഞാനില്ലെങ്കിൽ ഈ ലോകം
നിശ്ചലമെന്ന് നിനച്ചാർത്തുല്ലസിച്ച
നാളുകളത്രയും അഹന്ത തൻ
മുൾമുനയാൽ ചോര ചീന്തിയ
ദേഹമലങ്കാരമാക്കി നന്നേ
ഉയർത്തിപ്പിടിച്ച ശിരസ്സുമായ്
ഉയരങ്ങളിലേക്ക് കണ്ണെറിഞ്ഞും
ഉന്തിത്തള്ളിയ ദിനരാത്രങ്ങൾ.
"ഞാനെന്ന"കുത്തകയിൽ
അടിച്ചമർത്തിയ രോദനങ്ങൾക്ക്
നടുവിൽ നിന്നട്ടഹസിച്ചപ്പോഴും
കാലത്തിന്റെ കണ്ണ് പൊത്തി
കളിയിലൊരു കൊടുങ്കാറ്റേറ്റ്
ഞെട്ടറ്റു വീഴുന്ന ഒരുദിനം
അരികിലായുണ്ടെന്നു
നിനച്ചതേയില്ല "ഞാൻ".

29. പച്ചപ്പട്ടുടുത്ത പ്രകൃതി

ചോരക്കണ്ണുകളാലെ
നിനക്കുനേരെ കുതിക്കുന്ന
കഴുകന്മാരെ നിന്റെ
മനസ്സുറപ്പാൽ നീ തന്നെ
ശക്തിയുക്തം നേരിടുക.
സർവ്വംസഹയായി
നിലകൊള്ളുന്നതെന്തിന് ?
നീ നിനച്ചവനെത്തിടും വരെ
നിന്റെ രക്ഷക്കായി ധീരമാം
കൈകളിൽ പടവാളേന്തുക.
നിന്റെ കണ്ണുകൾ അഗ്നി-
കണക്കെ ജ്വലിച്ചിടേണം..
നിന്റെ ചേലയിൽ പിടിമുറുക്കുന്നവനെ
ദയയേതുമില്ലാതെ നിലംപരിശാക്കി
നെഞ്ചിൽ ചവിട്ടി തരിപ്പണമാക്കണം.
പച്ചപ്പട്ടുടുത്ത സുന്ദരി.......
നാഴികകൾക്കപ്പുറം
നിന്റെ ചുണ്ടിൽ പുഞ്ചിരി
വിതറുന്നവൻ വന്നണയയട്ടെ,
സിന്ദൂരം ചാർത്തി നീ
സുമംഗലിയാകുന്ന വേളയിൽ ദേവി..
നിനക്കായ് നേരുന്നു മംഗളങ്ങൾ.

30. പാറിപ്പറക്കണം

ഒരായുസ്സിൽ മിച്ചമുള്ള
നെഞ്ചിലെ കദനങ്ങൾ
ഒരു വട്ടമെങ്കിലും താഴെ
ഇറക്കി വച്ചൊരു
അപ്പൂപ്പൻ താടിപോലെ
വാനിൽ പാറിപ്പറക്കണം.

31. മറയ്ക്കപ്പുറം

കണ്ണാലെ കാണുന്ന കാഴ്ചകൾ
കണ്ണിന് ഇരുട്ടേകുന്ന തിന്മകളല്ലോ.
വെള്ളി വെളിച്ചത്തിൽ
ചാരത്തായ് ചേർന്നു നിൽക്കേണ്ട
നന്മകളാം സത്യങ്ങളത്രയും
കണ്ണുപ്പൊത്തികൊണ്ട്
അയ്യോ.. ഞാനില്ലേയെന്നോ-
തിക്കൊണ്ട് ഒളിക്കാനായൊരു
മറ തേടി പരക്കം പായുന്നു.
കൊടും കള്ളച്ചൂതാട്ടങ്ങൾ
കളം തിമിർത്താടി
അനീതിയും, അധർമ്മങ്ങളും
സിംഹാസനത്തിലമർന്ന്
അരങ്ങുവാഴുമ്പോൾ ,
ഒരു കുഞ്ഞു കുടിലിൽ
നിർഭയം വാഴാനെങ്കിലും
നീതി, ധർമ്മങ്ങൾക്കാവട്ടെ
എന്നാശിക്കുന്നു ഞാൻ.

32. നയനങ്ങളാലെ

നിലാവുള്ള രാത്രിയിൽ
എന്റെ നയനങ്ങളാലെ,
നക്ഷത്ര കുഞ്ഞുങ്ങളുടെ
കളിചിരികളിൽ കൂടെ
കൂടിയും, കണ്ണു പൊത്തി
കളിച്ചും, ഓടിക്കിതച്ചും,
കൂട്ടത്തിലെ കുഞ്ഞോമന
കണ്മുന്നിലായ് പിഞ്ചു-
കാലിടറി വീണ്, ഏങ്ങലോടെ
കണ്ണീർ പൊഴിച്ച
വേളയിലെന്റെ മാറോട്
ചേർത്തണച്ചു പുൽകി.

33. പുസ്തകങ്ങൾ

ഞങ്ങളുടെ കൈകൾപിടിച്ച്
മുന്നിലേക്ക് നടന്നു
നീങ്ങുബോൾ ചെറിയ
കുഴികളിൽ നിന്റെ
കാലിടറിയേക്കാം,
പക്ഷെ തളരാതെ
കുഴികളും, കുന്നുകളും
പടവുകളും താണ്ടി-
നീയെത്തിടുമ്പോൾ
അറിവെന്ന "നിധി"-
യിലേക്കുള്ള വാതിൽ
ഞങ്ങൾ തുറന്നുതരാമെന്ന്
പുതുഗന്ധമുള്ളാ-
പുസ്തകങ്ങൾ ശപദം
ചെയ്തിടുന്നു പ്രിയ
കൂട്ടുകാരെപ്പോലെ.

34. കണ്ണന്റെ അമ്മാമ്മ

നീ പിറന്നപ്പോഴാനിമിഷം
കൂടെയൊരു അമ്മാമ്മയും
പിറന്നിരുന്നു കണ്ണാ....
നിനക്കായ് ഉഴിഞ്ഞുവച്ച-
പോലെയുള്ളാ ജീവിതമാണു
നിനക്കായ് കിട്ടിയ ആദ്യത്തെ
പുണ്യവും പ്രാർത്ഥനയും.
അമ്മാമ്മയുടെ ഓർമ്മകളിൽ
നീ വാചാലനാവുമ്പോഴും
നിന്റെ കണ്ണുകൾ
കലങ്ങുന്ന കാഴ്ചയെന്നിൽ
പിന്നെയും സന്തോഷം
നിറയ്ക്കുന്നു മോനെ....
ഞാനറിയുന്നാനിർമ്മല
സ്നേഹം അത്രയേറെ
നിന്നിൽ കുടികൊള്ളുന്നതായ്.

35. കരുതലോടെ

ഒറ്റയിരിപ്പിൽ കൂട്ടിക്കുറച്ചു,
ഗുണിച്ചു, ഹരിച്ചു വലഞ്ഞു.
ഓർമ്മപ്പിശകും, താളപ്പിഴകളും
വെട്ടി തിരുത്തി കൂട്ടിച്ചേർത്തു.
എന്നിട്ടും സമമാകുന്നില്ല.
ഇനിയെങ്ങനെ മുന്നോട്ട്?
പക്ഷെ, ഇനിയും മുന്നോട്ട്,
ഏറെ ചിന്തിച്ചു കരുതലോടെ.

36. ഈ നിമിഷം

ഒരാളുടെ സമയം നമുക്കായ്
മാറ്റി വച്ചാൽ ഒരാന-
വലുപ്പത്തിലൊന്നും തന്നെ
ചെയ്യാനായില്ലെങ്കിൽ പോലും,
ഒരൊറ്റ നോട്ടത്തിലെ മനസ്സ്-
നിറഞ്ഞൊരു പുഞ്ചിരി
അതിനു സമമല്ലേ?
നമുക്കായ് കാത്തിരി-
ക്കുന്നവരുടെ കണ്ണിലെ
കൃഷ്ണമണിയിലെ
പ്രതിബിംബങ്ങളാവട്ടെ
നാമെല്ലാവരും.......

37. അച്ഛൻ

ആദ്യമായ് കൊഞ്ചിച്ചു
ലാളിച്ചതും, ആദ്യമായ്
ശകാരത്തിൽ നോക്കിയതും,
അറിവിന്റെ ലോകത്തെ
വഴികാട്ടിയും, അന്നുണ്ടായ
കുഞ്ഞു ദുഃഖങ്ങളിൽ
അടുത്തു ചേർത്തുപിടിച്ച്
എപ്പോഴും ആശ്വാസമേകുന്ന
സ്നേഹത്തണലായ്
ആപത്തൊന്നു മേൽക്കാതെ
അരികത്തായ് കാവലോടെ.
അങ്ങനെയിരിക്കെ പെട്ടെന്നൊരു
നാളെന്റെ അരികിൽ നിന്നൊാറ്റക്ക്
എന്നന്നേക്കുമായ് അകലേയ്ക്ക്
മറഞ്ഞപ്പോൾ അന്നാദ്യമായെന്റെ
മനസ്സാകെ തച്ചുടഞ്ഞു.
അസ്തമയ സൂര്യനെപ്പോൽ
മറഞ്ഞെങ്കിലും,അന്നുതൊട്ടെന്റെ
ഉള്ളിലെന്നെന്നും അസ്തമയം
എനിക്കായ് താണ്ടി വന്നപോൽ
അതെ, എന്റെ മനസ്സിൽ
ഉദയസൂര്യനായ് ജ്വലിച്ചു നിൽപ്പൂ.

38. സ്വപ്നം

അതാ.. ചുവന്ന മാറാലയോ ?
അതോ കറുത്ത ഗുഹകളോ ?
തെളിഞ്ഞ പാതകളിൽ കൂമ്പാരം-
പോലുള്ള വീടുകൾക്കു
മുന്നിലായി മനുഷ്യക്കോലങ്ങളും.
ഞാനൊറ്റക്കായതു കൊണ്ടാവാം
കരുതലെന്നോണം കൈവീശി
അങ്ങോട്ട് കരുണയോടെ
വിളിക്കുന്നുണ്ടെന്നെയവർ.
ആനന്ദത്തിലാവേശത്തോടെ
അവർക്കരികിലെത്തിയപ്പോൾ
ഒരു നടുക്കത്തോടെ തിരിച്ചറിഞ്ഞു
ചേർത്തുപിടിക്കാനായല്ല
കൈകളുയർത്തിയത്
ഞെരിച്ചില്ലാതെയാക്കാനാണത്രേ.
അലറിക്കരയാൻ തുടങ്ങിയപ്പോഴേക്കും
അലയടിച്ചെത്തുന്ന മറ്റൊരൊച്ച.
കണ്ണുകൾ തിരുമ്മി തുറന്നപ്പോൾ
മേശപ്പുറത്തിരുന്നു നേരം
പുലർന്നല്ലോയെന്നുള്ള ശബ്ദം
മുഴങ്ങിയതായിരുന്നു.

39. കണ്ണുകൾ പൊത്തി

കരയും കടലും കൈകൾ
കോർത്തു കിന്നാരം
പറഞ്ഞിരിക്കുന്ന
സായം സന്ധ്യയിൽ,
ഇരുവർക്കും ശല്യമാകാതെ
മെല്ലെ കണ്ണുകൾ
പൊത്തി ഒളിച്ചിടുന്ന
സൂര്യനെന്തൊരു ചന്തം.

40. പ്രതീക്ഷ

തീ പാറുമട്ടഹാസം അലയടിക്കുമ്പോൾ
ചുട്ടുപൊള്ളി വാടിത്തളർന്ന്
കരിവാളിച്ചിടുമ്പോഴും
ഒരു തുള്ളി ദാഹജലം തന്റെ
കടയ്ക്കലെത്തിടുമെന്നുറച്ച
പ്രതീക്ഷയാലുള്ളം കുളിർക്കെ
പുഞ്ചിരിക്കുന്ന കുഞ്ഞിച്ചെടിയോട്
തോൽവിയേറ്റു പറഞ്ഞങ്ങനെ
വേനൽച്ചൂട് വഴിമാറി നിന്നു
വേനൽ മഴയെ
വരവേൽക്കാനായ്.

41. പടിവാതിൽ

ചിത്തത്തിൻ പടിവാതിൽ
തുറന്നു മുന്നിൽ തെളിഞ്ഞ
വീഥികളിലൂടെ മെല്ലെ
നടന്നു നീങ്ങിയപ്പോൾ,
ചുറ്റുമോടിക്കളിക്കാനെന്റെ-
നേത്രങ്ങൾ അച്ചടക്കമേതു-
മില്ലാതെ കുതറിത്തെറിക്കുന്നു.
ഒന്നടങ്ങു നിങ്ങളെന്ന്
പറഞ്ഞിട്ടും കൂസലേതു-
മില്ലാതെയവ അതിവേഗ-
മെന്നെയും വലിച്ചുകൊണ്ട്
മുന്നോട്ടു തന്നെ.

42. മഴയത്ത്

നടവഴി പാതിയും
പിന്നിട്ടപ്പോൾ കണ്ടതോ,
എന്നേക്കാളേറെ
വേഗത്തിൽ മുന്നോട്ട് കുതിച്ചു
തെന്നിയുരുണ്ടു വീഴുന്ന
കാർമേഘക്കുഞ്ഞുങ്ങളും,
ആ കുഞ്ഞുങ്ങളെ ചേർത്തു
പിടിച്ചലറിക്കരയാൻ
തുടങ്ങുന്ന അമ്മ മഴക്കാറും.
ക്ഷണനേരത്തിലെന്റെ
മുന്നിലായി തുള്ളിക്കളിക്കുന്നു
അമ്മയും മക്കളും.
വഴിയിലൊപ്പമുണ്ടായിരുന്നവർ
അയ്യോ.. പെരുമഴയെന്ന്
പറഞ്ഞു പീടികത്തിണ്ണയിൽ
അഭയം പ്രാപിച്ചു.
വേറെ ചിലർ കുടനിവർത്തി
കൊണ്ട് മുന്നോട്ട്.
മഴത്തുള്ളികൾക്കോ,
ഈറൻ കാറ്റിനോയെന്റെ
വേഗതയൊട്ടുമേ
നിയന്ത്രിക്കാനായില്ല.

43. പരമാനന്ദം

കുഞ്ഞിളം പല്ലുകാട്ടി
പുഞ്ചിരിച്ചു കൊണ്ടങ്ങനെ
കൈവിരലിൽ മുറുക്കി-
പ്പിടിക്കുന്ന കുഞ്ഞിന്റെ
നെറുകയിൽ തലോടുക
അതിൽ പരമാനന്ദം
വേറെയെന്തുണ്ട്
ഈ പാരിൽ.

44. ഇത്തിരി നേരം

ജീവിതചക്രം തിരിയുന്ന
വേളയിൽ ആവശ്യങ്ങൾക്കും
അതിലുപരി ആർഭാടങ്ങൾക്കും
വേണ്ടിയെന്ന പോൽ
നെട്ടോട്ടമോടിയും
നാളെയെക്കുറിച്ച്
ചിന്തിച്ചു.... ചിന്തിച്ചു
നട്ടം തിരിഞ്ഞും,
ഇന്നെന്ന നിമിഷത്തിന്റെ
ചെറിയ ഇടവേളയിൽ
ഇത്തിരി നേരം ചിലവിടാൻ
നാം മറന്നു പോകുന്നു.

45. വളപ്പൊട്ടുകൾ

കുപ്പിവള കിലുക്കങ്ങൾ
മുഴങ്ങുന്ന ഇടനാഴികൾ.
വളപ്പൊട്ടുകൾ കൊണ്ട്
ഇഷ്ടം അളന്ന കാലം.
ഇനിയൊരു വട്ടം
കൂടി ആ നിമിഷങ്ങളിൽ
തിരികെ ചെന്ന്
മനസ്സിന്റെ കോണിലുള്ള
ഒരാളുടെ ഇഷ്ടം
അളക്കാനൊരു മോഹം.

46. ഇരുമുഖങ്ങൾ

• 46 •

ആൾക്കൂട്ടത്തിലൊക്കെയും
എന്നും എപ്പോഴും
എന്റെ മിഴികൾ തിരയുന്നാ-
ജീവന്റെ ജീവനായ ഇരു-
മുഖങ്ങൾ ഈ ആയുസ്സി-
ലൊരു തവണയെങ്കിലും
കണ്ടുമുട്ടാനായെങ്കിൽ
എന്നാശിച്ചിടുന്നു ഞാൻ.

47. കൊറോണ

ചുറ്റും നടക്കുന്ന ദുരിതങ്ങൾക്ക്
കാരണക്കാർ നീയല്ലേ ?
ഞാനാണോ ?നിങ്ങളല്ലേ ?
എന്ന തർക്കത്തിനുത്തരം
നമ്മളെന്നല്ലേ ?
കണ്ണുണ്ടെങ്കിലും പലതും
നമ്മൾ കാണുന്നുണ്ടോ ?
എനിക്കു വന്നു ഇനി
മറ്റുള്ളവർക്കും വരട്ടെ
ഈ മഹാമാരിയെന്നു
മൂഢമായ് ചിന്തിക്കുന്നവർ
ഏറെയില്ലേ?

48. മഹാമാരി

പേടി കൊണ്ടുള്ളം
പിടയുമ്പോഴും
മുഖം കനക്കെയുള്ള
ധൈര്യഭാവം നമുക്ക്
കൈമോശം വരുമോ ?
ചില ദിവസങ്ങളിൽ
ഭയമെന്ന വികാരം
ഒരു അഥിതിയായ്
നമ്മുടെ മനസ്സിന്റെ
വാതിലിൽ മുട്ടുന്നില്ലേ ..

49. അമ്മ പറഞ്ഞത്

തെറ്റുകൾ പറ്റിയാൽ
ക്ഷമ ചോദിക്കുന്നതോടൊപ്പം
പിന്നെ ഒരിക്കലും
ആ തെറ്റ് പറ്റാതിരിക്കാൻ
ശ്രമിക്കുക........
ജീവിത യാത്രയിൽ
നല്ലതും, മറുപാതിയിൽ
പ്രധിസന്ധിയുമുണ്ടാകാം
അപ്പോഴെല്ലാം മനസ്സാ-
കരുത്താർജ്ജിക്കണം
തളരാതിരിക്കുക.
നല്ലതെന്ന് പറയുന്നവരുടെ
അനുഗ്രഹം നന്ദിയോടെ
എന്നെന്നും ശിരസ്സിലേറ്റുക.

50. ഈണത്തിൽ

നാല് ചുവരുകൾക്കു-
ള്ളിലെ ജനലഴികൾ
തമ്മിൽ താളാത്മകമായ്
അക്ഷരശ്ലോക സദസ്സ്
കൊണ്ടാടുമ്പോൾ,
തെല്ലു സങ്കടത്താൽ
ഏകയായിരിക്കുന്ന
കതക് പാളിയോടൊപ്പം
ചേർന്നങ്ങനെ ഈണത്തിൽ
അന്താക്ഷരി ചൊല്ലി ഞാൻ.